நெடுமொழி

ஆலோன் மகரி

ISBN 979-888546517-5

இந்த பூமியில் நானும் வாழ்ந்த
அடையாளத்தை பதிக்க தெரிந்தும்
தெரியாமலும் உதவி வரும் அத்தனை
உயிர்களுக்கும், பேரண்டத்திற்கும்
சமர்பிக்கிறேன்..

பொருளடக்கம்

நன்றி

நன்றி.

எனை முழுதாக பெற்று எடுத்து பல இன்னல்களை சந்தித்த பின்னும் இந்த ஜீவனை கைவிடாமல் ஆளாக்கிய என் பெற்றோருக்கு முதல் நன்றி.

என் உடன் பிறந்த சகோதரனுக்கும், உடன் பிறவா சகோதர சகோதரிகளுக்கும் இரண்டாம் நன்றி.

எனக்கு கல்வி அறிவு போதித்த அத்தனை ஆசிரியர்களுக்கும் என் சிரம் தாழ்ந்த வணக்கங்கள் மற்றும் நன்றிகள்.

நண்பர்கள்.. பொதுவாக அனைவரின் வாழ்விலும் பெரும் பாடங்களை சொல்லி கொடுப்பது இவர்கள் தான். என் முன்னாள், இந்நாள், நாளைய நண்பர்களுக்கும் எனது மனமார்ந்த நன்றிகள்.

கதை எழுத வந்த பின் எனக்கு வழிநடத்திய ராணி தென்றல், லதா கணேஷ், செல்வராணி, வைஷ்ணவி அய்யம்பெருமாள், ராஜ-லக்ஷ்மி நாராயணசாமி, மீனாக்ஷி அடைக்கப்பன் இன்னும் பல எழுத்தாளர்களுக்கும் என் பணிவான நன்றியை தெரிவித்து கொள்-கிறேன்.

எனை தொடர்ந்து ஊக்க படுத்திய என் தோழிகள் குணா, அபி, சுகன்யாவிற்கு என் நெஞ்சம் நிறைந்த அன்பை சமர்பிக்கிறேன்.

மேலும் என் மழலை எழுத்தை ஏற்று எனக்கு ஒரு அடையா-ளமும் அங்கீகாரமும் கொடுத்து, எனை தொடர்ந்து ஆதரிக்கும் என் வாசகர்களுக்கு நெஞ்சம் நிறைந்த நன்றிகள் ..

முகவுரை

வணக்கம், இவள், நந்தினி வெங்கடேசன். "ஆலோன் மகரி" என்-
னும் பெயரில் 2019 ஆம் ஆண்டில் இருந்து கதை எழுதி வரு-
கிறேன். முதுகலை வணிக மேலாண்மை படித்த நான் எழுத்தின்
மீது கொண்ட காதலால் அவ்வப்பொழுது கிறுக்கல்களாக கிறுக்கி
வந்து, இப்போது கதை எழுதவும் தொடங்கி விட்டேன். "தமிழ்"
மீது கொண்ட பற்றும் இப்போது காதலாக மாறி வருகிறது. காதல்
கொண்ட மனம் அமைதியாகுமா? என் கையும், பேனாவும் அதிகம்
சந்தித்து கொண்டதால் கிறுக்கல்கள் கவிதைகளாக மாறியது. இப்-
போது கதைகளும் வெளி வர தொடங்கி விட்டது. "வாசிப்பு" தான்
எனது மிக பெரிய போதை. அந்த போதையின் காரணமாக ஏற்பட்ட
சிந்தனைகள், கருத்துகள், தோன்றும் கற்பனைகள் என அனைத்-
தும் இப்போது கதை வழியே உலகிற்கும் தெரியப்படுத்துகிறேன். என்
எழுத்து உங்களுக்கும் ஒரு புது கற்பனையை கொடுக்கலாம், நம்-
மில் சிலருக்கு ஒரே மாதிரியான சிந்தனை போக்கும் இருக்கலாம்.
மழலை நடையில் இருக்கும் எனக்கு வழிகாட்டி, நான் வெகு தூரம்
நடக்க ஆசீர்வதியுங்கள்.

அன்புடன் ,
ஆலோன்மகரி
உங்களின்கருத்துகளைதெரிவிக்க:
aalonmagari@gmail.com

1

நெடுமொழி

"ஏய் பிசாசே...... எந்திரிச்சி தொல.... இன்னும் தூங்கி என் வீட்டுக்கு தரித்-திரம் பிடிக்க வைக்கன்னே பொறந்து வந்திருக்கியா", என அதிகாலை சுப்ரபாதத்-துடன் அவளை எழுப்பினார் அவளின் சின்னம்மா கமலா.

"ம்......", என முனகியவள் மீண்டும் போர்வையை இழுத்திப் போர்த்திக்-கொண்டுத் தூங்க முனைய, அடுப்படியில் இருந்து அவளின் தலையைக் குறி-வைத்து பால் பாத்திரம் பறந்து வந்தது.

தலையைத் தேய்த்துக் கொண்டு போர்வையை விளக்கியவள், தினம் வாங்கும் பரி-சின் வலியை உதறிவிட்டுத் தட்டுத்தடுமாறி எழுந்து அமர்ந்தாள்.

"ஏய் விளங்காதவளே.... எந்திரிச்சி போய் பால் வாங்கிட்டு வா போ.... ", என முதுகில் நான்கு வழங்கிவிட்டே சென்றார் கமலம் சின்னம்மா.

"ஏய் குந்தாணி .... போய் எனக்கு டூத்பிரஸ் வாங்கிட்டு வா.... சீக்கிரம் நான் வெளிய போகணும்", என அவளின் அரைவேக்காடு தம்பியும் அவளுக்கு நான்கு அடியைப் பரிசாக வழங்கி, காலால் எட்டி உதைத்துவிட்டுச் சென்றான்.

அவள் முகம் கழுவித் தலைமுடியைக் கொண்டைப் போட்டுக்கொண்டே பால் பாத்திரத்தை எடுத்துக் கொண்டு அதிகாலை 4.00 மணிக்கு பக்கத்து தெருவில் இருக்கும் பால்காரர் வீட்டிற்குச் சென்றாள்.

வரும்பொழுது தம்பி கேட்ட டூத்பிரஸ்ஸும் வாங்கிக்கொண்டு 5 மணிக்கு வீட்டிற்கு

வந்தவளுக்கு கன்னத்தில் சுட சுட ஒன்று கிடைத்தது.

"எங்கடி ஊர் மேஞ்சிட்டு வர்ற…. ஒரு சொம்பு பால் வாங்க இவ்வளவு நேரமா?", என நாக்கிற்கு நரம்பில்லை என்று நிரூபித்தார் கமலம்.

"தம்பி ரூத்பிரஸ் கேட்டுச்சி…. அத வாங்க போயிட்டு வர நேரமாகிடிச்சி சின்-னம்மா", மறத்துப்போன பார்வையுடன் பதிலளித்தாள் அவள்.

"எம்மா…. நேரம் ஆகுது….", என தன் மகன் கத்தவும் கமலம் அவளை சமை-யற்கட்டிற்கு ஏவிவிட்டு தானும் தயாராகச் சென்றார்.

"யம்மா….. அந்த குந்தாணி கிட்ட பணத்த வாங்கு…. ", தம்பி வேணு.

"எதுக்கு டா….? அந்த சிறுக்கி தான் சம்பள பணத்த அன்னிக்கே குடுத்துட்-டாளே… இன்னிக்கு கேட்டா குடுக்க அவகிட்ட என்ன இருக்கு? ", கமலம்.

"அவ முந்தானைல இரண்டாயிரம் முடிஞ்சி வச்சிருக்கா. நேத்து ராவுல பாத்தேன். உனக்கு இரண்டு புடவை அதிகமா வேணும்னா வாங்கிட்டு வா", விட்டேத்தியாக கூறிவிட்டு தனது டூவீலரிடம் சென்று நின்றான் வேணு.

"இந்தாடி உன் முந்தில இருக்க பணத்த கொண்டா சீக்கிரம்", கமலம் கத்தியபடியே வந்தார்.

"அது எதுக்கு சின்னம்மா?", அவள் கலக்கமாகக் கேட்டாள்.

"ஏன்…. எதுக்குன்னு என்னை கேள்வி கேக்கற அளவுக்கு வந்துட்டியா நீ? ஒழுங்கா குடு டி", என அவளின் முந்தியை இழுத்தாள் கமலா.

"சின்னம்மா அது என் பணம் இல்ல. இன்னிக்கு மில்லுல கேப்பாங்க. நான் திருப்பி குடுக்கணும்", அவள் கத்துவதைக் காதில் வாங்காமல் முந்தியில் முடித்து வைத்திருந்த இரண்டாயிரம் ரூபாய் தாளை பிடுங்கிச் சென்று தன் மகனிடம் கொடுத்தாள்.

பின் அவளை வீட்டு வேலைகளைச் செய்யச்சொல்லி ஏவிவிட்டு இருவரும் கிளம்பி எங்கோ சென்றார்கள்.

அவளும் மதியத்திற்கு சமைத்துவிட்டு வீட்டின் உள்ளே மற்ற வேலைகளை முடித்-துவிட்டு, உள்ளே, வெளியே என வீட்டைச் சுற்றிலும் கூட்டி அள்ளிக் குப்பை-தொட்டியில் கொட்டிவிட்டு திரும்பியவளை வழிமறித்து நின்றான் நெடுஞ்செழியன்.

அவனை அலட்சியம் செய்து அவனைக் கடக்க முயன்றவளைக் கைப்பிடித்து வேலிப்படலுக்கு உள்ளே இழுத்துச் சென்று அவளைத் திண்ணையில் தள்ளிவிட்-டான்.

"என்னடி.... ரொம்ப தான் சிலுத்துக்கற.... உன்ன இப்ப என்ன கேட்டுட்டேன்னு ஒரு மாசமா மூஞ்ச திருப்பிகிட்டு திரியுற", என நெடுஞ்செழியன் ஆத்திரமாக கேட்டான்.

அதற்கும் அவள் அவனை முறைத்துவிட்டு வீட்டிற்குள் செல்ல எந்திரிக்க அவளை மீண்டும் தள்ளிவிட்டவன் அவள் முகத்தருகே நெருங்கினான்.

கண்ணில் கனல் கக்க பார்த்தவளை, "அடி கனலு.... இந்த கனல் பார்வை என்கிட்ட வேணாம். நான் கேட்டதுக்கு பதில் எப்ப சொல்லுவ? ", என அதிகா-ரமாகக் கேட்டான்.

"உங்க வேலைய பாத்துட்டு நீங்க போகலாம்.... ", என முகத்தைத் திருப்பிக்-கொண்டுக் கூறினாள் கனல்மொழி.

"என் வேலைய நான் ஒழுங்கா பாத்திருந்தா நீ இப்படி என்னை அலட்சியப்படுத்-திட்டு போவியாடி? இந்நேரம் உன்ன தூக்கிட்டு போயி தாலி கட்டி இருப்பேன்.... நீயும் எம்பின்னாடியே சட்டைய பிடிச்சிட்டு வந்திருப்ப", என சற்றே கண்களில் எகத்தாளம் காட்டிக் கூறினான்.

"இந்த நினைப்பெல்லாம் வேற எவகிட்டையாவது வச்சிக்கங்க.... பொம்ப-ளைன்னா அவ்ளோ எளக்காறமா போச்சா உங்களுக்கு.... எக்குதப்பா எதுனா பேசிட்டு செய்ய வந்தீங்கன்னா கழுத்த திருகிபுடுவேன்.... உங்க வேலைய பாத்-துட்டு போங்க.... ", என அவளும் தன் பெயரின் உஷ்ணத்தைக் காட்டிவிட்டு உள்ளே சென்றுக் கதவடைத்துக்கொண்டாள்.

ஆழ்ந்த மூச்செடுத்து, "நீ சொல்பேச்சு கேக்கமாட்ட அப்படித்தானே.... பாத்துக்-

கிறேன் டி…. எத்தனை நாளுக்கு இந்த வீம்புன்னு….. என் பார்வைல இருந்து நீ தப்ப முடியாது அத மட்டும் நியாபகம் வச்சிக்க", என அடிபட்ட வேதனையில் கல்லாய் இறுகி வார்த்தைகளைச் சில்லாக சிதறவிட்டுச் சென்றான்.

உள்ளிருந்தவள் கண்களில் வழியும் நீரைத் துடைத்துவிட்டு, வழக்கம் போல வலி-யையும் தனக்குள்ளே விழுங்கிவிட்டு மில்லுக்குச் செல்லத் தயாராகச் சென்றாள்.

"ஏ புள்ள கனலு….. ஏன் இம்புட்டு நேரம்? ", எனக் கேட்டபடி அவளருகே வந்தாள் மகேஷ்வரி.

"சின்னம்மா வெளியே போயிருக்கு. வீட்டு வேலை எல்லாம் முடிச்சிட்டு வர நேரம் ஆகிரிச்சி…. ", என வெறுமைக் குரலில் கூறியவளை மகேஷ்வரி கனத்த மனதோடுப் பார்த்தாள்.

மகேஷ்வரியும், கனல்மொழியும் சிறு வயது முதலே ஒன்றாக வளர்கின்றனர். கனல்மொழி வீட்டில் இருந்து நான்கு வீடு தள்ளி தான் மகேஷ்வரி வீடு உள்ளது.

அதனால் கனல்மொழிக்கும் , மகேஷ்வரிக்கும் இருவரின் வாழ்க்கைப் பயணமும் அத்துப்படி.

"இல்லைன்னா மட்டும் உன் சின்னாத்தாக்காரி உனக்கு வக்கைனையா ஆக்-கிபோட்டு நீ திங்க முடியாம தின்னுட்டு வரமாதிரியில்ல பேசுற…. வழக்கமா நீ தானடி அத்தனையும் செஞ்சிட்டு வருவ. அந்த தருதல வேணுக்கும் எல்லா சேவையும் முடிச்சிட்டு தானே வருவ", என மகேஷ்வரியின் பேச்சில் அவளை முறைத்தவள், "தம்பிய அப்படி சொல்லாத மகேஷ்…. அவன் நல்லா வரணும். படிச்சு பெரிய ஆளாகணும்", என மறுமொழி உரைத்தாள்.

"ம்க்கும்…. அவன உருப்பட உன் சின்னாத்தா விட்டுட்டாலும்…. முன்னா நேத்து நம்ம வலையதெருக்கார புள்ள கிட்ட வம்பிலுத்திருக்கான் உன் தம்பி. நம்ம முத-லாளி தான் பேசி அவன காப்பாத்தி அனுப்பி இருக்காரு…", என தன் காதில் விழுந்த செய்தியை கனலின் இதயத்தில் இறக்கினாள்.

"என்ன புள்ள சொல்லுற? இது எப்ப? யாருமே என்கிட்ட சொல்லல….", என அதிர்ச்சியுடன் கேட்டாள்.

"முதலாளி தான் பெருசுபடுத்தாம போகச் சொல்லிட்டாரு. உந்தம்பியையும் தனியா கூப்பிட்டு நல்லா கவனிச்சி தான் அனுப்பி இருப்பாரு போல.... இரண்டு நாளா அவர பாத்தாலே பம்மிகிட்டு போறான்", என தான் அறிந்ததையும் மொத்தமாக கனலின் காதில் போட்டுவிட்டாள்.

கனலோ முட்கொடியில் சிக்கியவளைப் போல மகேஷ்வரியைப் பார்த்துவிட்டுத் தலைக்குனிந்தாள்.

மகேஷ்வரி கனலைத் தேற்றிக்கொண்டிருந்த நேரம், மில்லின் வேலை நேரத்திற்-கான சங்கொலி ஒலிக்க அனைவரும் அவரவர் வேலைப் பகுதிக்குச் சென்றனர்.

கனல்மொழி அந்த ஊரில் உள்ள பெண்களில் பள்ளிப்படிப்பை முழுதாக முடித்-தவள். பருவமெய்தியதும் வீட்டில் அடைக்கப்பட்டவர்களே அந்த வட்டாரத்தில் அதிகம்.

பனிரெண்டாம் வகுப்பு வரைக்கும் அரசாங்கம் போட்ட உணவுக்காகவும், அரசாங்-கம் கொடுக்கும் சலுகைகளுக்காகவுமே கமலா அவளை வேலை வாங்கும் நேரத்தை மாற்றிவிட்டு பள்ளிக்கு அனுப்பினாள்.

பள்ளியில் இருந்து மாலை வந்துவிட்டாலும் வெளியே வேலைக்குச் சென்றுப் பணம் சம்பாதித்துக் கொடுத்தால் தான் உள்ளேயே சேர்ப்பாள்.

வயல்தோட்டங்களாக நிறைந்த ஊரில் மாலையில் பெரிதாக எந்த வேலையும் இருக்காது. விடுமுறை நாட்களில் விடியும் முன்னே கூலி வேலைக்குச் சென்று மாலை வரை மற்ற வேலைகளும் பார்த்து விட்டு, கூலியை, கமலத்தின் கையில் கொடுத்தால் தான் இரவு மீந்து போகும் சாப்பாடு அவளுக்கு கிடைக்கும் இல்-லையேல், வேலி படலுக்கு வெளியே தான் அவள் நிற்கவேண்டும்.

கனல்மொழியின் பதிமூன்றாம் வயதில் அவளின் தந்தை வயலில் பாம்பு கடித்து சரியான சிகிச்சை கிடைக்காமல் இறந்துப் போனார்.

தந்தை இருந்தவரைக் கிடைத்த மூன்று வேலைச் சாப்பாடு அதற்குப்பின் காசு கொடுத்தால் தான் மீந்து போகும் அரைவயிறு அளவிலான சாதமானது.

சாதத்தில் உப்பும் தண்ணீரும் ஊற்றிச் சாப்பிட்டுவிட்டுப் படுத்துவிடுவாள்.

அவள் வயிறார உண்பதே பள்ளியில் தான். மகேஷ்வரியும் வீட்டில் செய்யும் பதார்த்தங்களை அவ்வப்பொழுது அவளைச் சாப்பிட வைத்து விடுவாள்.

கனல்மொழிக்குப் படிப்பில் இயற்கையிலேயே ஆர்வம் சற்றுக் கூட இருந்ததால், அவளும் பனிரெண்டாம் வகுப்பில் நல்ல மதிப்பெண் பெற்றுத் தேர்ச்சிப் பெற்றாள்.

அரசாங்க பெண்கள் பள்ளியில் ஒரு விழாவில் தான் நெடுஞ்செழியன் கனல்மொழியையைக் கண்டான்.

அப்பொழுது அவள் மீது நன்றாகப் படிக்கும் பெண் என்ற மதிப்பு மட்டுமே இருந்தது.

இறுதித் தேர்வு முடிந்ததும், இதற்கு மேல் முழுநேர சம்பாத்தியம் இல்லாமல் அந்த வீட்டில் இருக்கமுடியாது என்பதை ஏற்கனவே உணர்ந்ததால், அவளாகவே அந்த மில்லிற்கு வேலைத் தேடிச் சென்றாள்.

அந்த சமயத்தில் கணக்கெழுத ஆள் தேவைப்பட்டதால் நெடுஞ்செழியன் அவளைப் பணிக்கு அமர்த்தினான்.

இருவாரத்திற்கு ஒருமுறை சம்பளம் என மாதம் ஐந்தாயிரம் கொடுத்தார்கள்.

ஊரில் நெடுஞ்செழியன் இல்லாத நாட்களில், அவனின் உதவியாள் நடேசனின் வழிக்காட்டலில் கனல்மொழியே சம்பளமும் அவ்வப்பொழுது கொடுப்பது வழக்கம் தான். அங்கே வேலை செய்பவர்களுக்குப் பாக்கிக் கொடுப்பதும் வழக்கமான ஒன்றே.

அது போல தான் பாக்கிப் பணத்தை மில்லில் இருந்து கிளம்பியபின் ஒருவர் கொடுக்க, நடேசன் கிளம்பிச் சென்றுவிட்டக் காரணத்தால் நாளைக் கொடுத்துவிடலாம் என, தன் சேலை முந்தானையில் முடித்து வைத்திருந்தாள்.

அந்த பணத்தைத் தான் காலையில் சின்னம்மா பிடுங்கிச் சென்றாள்.

"இதமான காலை வணக்கம் நடேசன்னே…. ".

"வணக்கம்மா …. காலைல நீ சொல்ற வணக்கத்துக்காகவே நான் தினம் காத்-
திருக்கேன் இப்ப எல்லாம்…. ", என சிரித்தபடி நடேசன் அவளுக்கு இனிப்புக்
கொடுத்தார்.

"என்ன விஷேசம்ணே"

"என் பொண்டாட்டி எனக்கு பொம்பள புள்ளைய பெத்து குடுத்திருக்கா மொழி….
அதுக்கு தான்", நடேசன் முகத்தில் சந்தோஷம் பொங்கக் கூறினார்.

"அண்ணியும் கொழந்தையும் நல்லா இருக்காங்களாண்ணே…...", மனம் நிறைந்த
சந்தோஷச் சிரிப்புடன் கேட்டாள்.

"ரொம்ப நல்லா இருக்காங்க. நான் ஆசை பட்ட மாதிரி பொம்பள புள்ளைய
பெத்துட்டா…. அதுக்காகவே தனியா எல்லாருக்கும் விருந்து வைக்கப்போறேன்
", மனம் கொள்ளா சந்தோஷத்துடன் கூறினார்.

"என்னப்பு…. பொம்பள புள்ள பொறந்தததுக்கா இத்தனை சந்தோஷம்? ஆம்புள
புள்ளன்னா வாரிசாச்சே", என ஆலையில் வேலை செய்யும் ஒருவர் கூறினார்.

"ஏலேய் கருப்பு…. எத்தனை ஆம்பள புள்ளை இருந்தாலும் பொம்பள புள்-
ளையாட்டம் வருமாயா? நாளைக்கு நமக்கு ஒண்ணுன்னா பொட்ட புள்ளதான்யா
பதறிட்டு ஓடிவரும். வீட்ட நிறைக்க பொம்பள புள்ளயால தான்யா முடியும்….",
என நடேசன் அவரை அதட்டினார்.

"என்னமோ…. புள்ளபொண்டு நல்லா இருக்கா? எத்தனை மணிக்கு கொழந்த
பொறந்துச்சி ? ", என நலம் விசாரித்தார் இன்னொனொருவர்.

"ம்ம்…. விடிகாலைல வலி வந்ததும் ஆச்சி வந்து பிரசவம் பாத்துரிச்சி…. பத்தி-
யம் சமைக்க தான் ஆள் தேடிட்டு இருக்கேன்", என உள்ளதைக் கூறினார்.

"நம்ம ஊருல ஆளா இல்ல… விடுப்பா நாங்க எல்லாம் இருக்கோம்ல…. பாத்-
துக்கலாம்", எனப் பேசியபடியே வேலையைத் தொடர்ந்தனர் அனைவரும்.

"பக்குவம் என்னனு கேட்டுச் சொல்லுண்ணே நானே வந்து சமைச்சி தரேன்",
கனல்மொழி ஆவலுடன் கூறினாள்.

"வேணாம்த்தா.... நீ எத்தனை வேலை பார்ப்ப....? நான் ஆள போட்டுக்-
றேன்.... ஆளா இல்ல நம்மூர்ல.... நீ அந்த மாந்தோப்பு கணக்கு நோட்ட சரி
பாரு இன்னிக்கு கூலி சரிபாத்து குடுக்கணும்", என அவளுக்கான வேலையைக்
கூறினார்.

"அண்ணே….. என் கணக்குல இரண்டாயிரம் பாக்கி எழுதிடுங்க. சம்பளத்துல
பிடிச்சிக்கோங்கண்ணே….", எனக் கூறிக் கணக்கு நோட்டை எடுத்துப் பார்க்க
ஆரம்பித்தாள்.

நடேசன் எதுவும் பேசாமல் அவளை ஒரு முறை ஆழ்ந்துப் பார்த்துவிட்டு
தலையை மட்டும் அசைத்துவிட்டுச் சென்றார்.

வழக்கமான வேலைகளில் தன்னை மூழ்கடித்துக் கொண்டவள், நேரம் போகப்
போகச் சற்றே தள்ளாட்டம் ஏற்பட, ஒரு இடத்தில் அமர்ந்தாள்.

மகேஷ்வரி அவளுக்கு மோர் கொண்டு வந்து கொடுக்க, நெடுஞ்செழியன் தூரமாய்
நிற்பதைப் பார்த்துவிட்டு வாங்கிக் குடித்தாள்.

"நேத்திருந்து சாப்டாம தான் இருக்கியா புள்ள?", மகேஷ்வரி கனத்த மனதோடு
கேட்டாள்.

"விடு மகேஷ்…….. போய் வேலைய பாரு….. நான் மதியம் சாப்பாடு எடுத்துட்டு
வரல எனக்கு கொஞ்சம் எடுத்து வை வரேன்", எனக் கூறிவிட்டு அடுத்த
வேலையைக் காணச் சென்றாள்.

மகேஷ்வரி நெடுஞ்செழியனை நோக்கி வந்தாள்.

"என்ன சொல்றா உன் உயிர் தோழி?", நெடுஞ்செழியன் கடுப்புடன் கேட்டான்.

"இப்படியே போனா அவ நமக்கு மிஞ்சமாட்டாண்ணே….. வாரத்துல மூனு நாளு
கூட முழுசா சாப்பிடமாட்டேங்குரா…. சம்பளத்துல இருந்து மில்லு ஆளுக பாக்கி
ஆபீஸ் பூட்டினப்பறம் குடுக்கரத வீட்டுக்கு கொண்டு போனா கூட இவகிட்ட
புடுங்கிக்கறாங்க. அந்த பாக்கி எல்லாம் இவ பாக்கியா தான் எல்லாம் ஏறு-
துண்ணே….", மகேஷ்வரி வருத்தம் தாளாமல் கூறினாள்.

"அது அவளா தேடிக்கறா.... அவளா வெளிய வராம அடம்பண்ணா நாம என்ன பண்றது? விதிபடி நடக்கட்டும் விடு", எனக் கூறிவிட்டு கனம் தாளாமல் அங்கி-ருந்து சென்றுவிட்டான்.

"ஆண்டவா.... இவங்களுக்கு ஒரு நல்ல வழிய காட்டக்கூடாதா......", என மனதில் வேண்டியபடி அவளும் வேலையைப் பார்க்கச் சென்றாள்.

கனல்மொழி இந்த மில்லில் வேலைக்குச் சேர்ந்து நான்கு ஆண்டுகள் ஆகிறது. முதலில் வேலையைச் செய்யச் சிரமப்பட்டாலும், எழும் சந்தேகங்கள் அனைத்தும் கேட்டுக் கேட்டுத் தெளிவுப்படுத்திக்கொண்டாள்.

பெயரில் இருக்கும் கனல் மறைந்து இதம் தரும் நிலவாகவே வலம் வந்தாள் அங்-கிருந்த அத்தனை பேரிடமும்.

நாட்கள் செல்லச் செல்ல கனல்மொழியின் சூழ்நிலையும், குடும்பப் பின்னணியும் அறிந்து கொண்டவன் அவள் மேல் அன்பும், மரியாதையும் கொண்டான் ... கூடவே நேசமும் வளர்ந்து நின்றது அவனறியாமலே....

மூன்று மாதங்களுக்கு முன்பு அவளிடம் தன் விருப்பத்தைக் கூற நினைத்து ஜாடைமாடையாகக் கூறியும் பயனில்லாமல் போக, போன மாதம் நேரடியாகவே கேட்டான்.

"கனலு.... நான் உன்கிட்ட ஒரு விஷயம் பேசணும் சாயந்திரம் கேட்டுட்டு போ", என அன்று காலையே அவன் அவளிடம் கூறியிருந்தான்.

"சரிங்கய்யா.... ", அமைதியாக மறுமொழி உரைத்துவிட்டு தன்னிடம் சென்றாள்.

நடேசன் நெடுஞ்செழியனின் தந்தை காலம் முதலே அவர்கள் குடும்பத்தில் வேலை செய்வதால், சில நாட்களுக்கு முன்பு பெண் தேடும் படலத்தின் ஆரம்ப பேச்சின் போதே நெடுஞ்செழியனின் விருப்பம் அறிந்திருந்தார்.

நன்றாக வாழ்ந்த குடும்பம் பல இன்னல்களுக்குப் பின் ஒற்றையாக நிற்கிறது நெடுஞ்செழியனை மட்டும் வைத்துக்கொண்டு....

நெடுஞ்செழியனின் உற்றார் உறவினரின் சுரண்டல் சுருட்டல் எல்லாம் போக மிஞ்-
சியது இந்த மில் மட்டும் தான்.

சிறுவயதிலேயே இறந்துபோன பெற்றோர், பணத்திற்காக மட்டுமே பழகிய உறவுகள்
என அவன் வாழ்வின் முதல் பாதி முழுதும் சிதிலமடைந்த தருணங்களே அதிகம்
கொண்டிருந்தது.

நடேசனின் தந்தை தான் போராடி இந்த மில்லை மீட்டு விஸ்வாசத்தின் அடை-
யாளமாகத் தன் உயிரையும் பறிகொடுத்தார்.

நடேசன் துணைக்கொண்டு கல்லூரி வரைக்கும் சென்றவன், பின் மில்லை எடுத்து
நடத்தப் பழகினான்.

நடேசனின் உதவியோடும், தான் பட்ட காயத்தின் வீரியத்தோடும் போராடி, இழந்த
சொத்துக்களைச் சுய உழைப்பில் சம்பாதித்த பணத்தினால் வாங்க ஆரம்பித்தான்.

நடேசனே அனைத்திற்கும் கணக்கு வழக்குப் பார்ப்பதால் அவரின் உதவிக்கு தான்
கனல்மொழி வேலைக்கு எடுக்கப்பட்டாள்.

மாலை ஐந்து மணி ஆனதும் மில்லில் இருக்கும் ஆட்கள் வீட்டிற்கு செல்லத்
தொடங்கினர்.

நடேசனும் கனலும் தோப்புக் கணக்கைச் சரிபார்த்துக்கொண்டு இருந்ததில் இன்-
னும் அரைமணிநேரம் நீண்டது.

அனைத்தும் முடித்து அவள் கிளம்பும்போது நெடுஞ்செழியன் அவளை அழைத்-
தான்.

"ஐயா.... ".

"வா கனலு.... உக்காரு".

"இல்லைங்கய்யா நான் நிக்கறேன். வரச்சொன்னீங்க.... ", பவ்யமாக தலைக்கு-
னிந்துக் கேட்டாள்.

"நிமுந்து என்னய பாரு கனலு", வார்த்தைகள் உறுமலாக வந்தது.

அவன் சத்தத்தில் அதிர்ந்து அவனைப் பார்த்தாள். மாநிறம், முறுக்கிய மீசை, ட்ரிம் செய்த தாடி, உதட்டின் இடைவெளியில் நொடியில் விரிந்து மறையும் வரிசைப்பற்கள், நிதானம் கொண்ட அழுத்தமானப் பார்வை, முழங்கைவரை மடித்துவிடப்பட்ட முழுக்கைச் சட்டை, எட்டுமுழ வேட்டி என அம்சமாக நின்றவனைச் சில நொடிகள் கண் நிறைத்துப் பார்த்தவள் சட்டென மீண்டும் தலைக்குனிந்துக் கொண்டாள்.

"இது வேலைக்கு ஆகாது.... ",என மனதிற்குள் புலம்பியவன் அவளை மேலிருந்து கீழ்வரைப் பார்த்தான்.

சராசரி உயரம், மாநிறத்திற்கும் குறைவான நிறம், ஒட்டிய கன்னம், ஒவ்வொரு முறையும் உதட்டை சுழிக்கையில் விழும் கன்னக்குழி, கழுத்தெழும்புகள் தன் இருப்பை மேடையில்லாமலே தெளிவாகக் காட்டி நின்றது, அழுத்தத்தைக் காட்டும் உதடுகள், நிர்மலமான பார்வை, பருவ வயதின் எந்த அலங்காரமும் இல்லா முகம், ஆனால் அதில் லஷ்மி கடாக்ஷம் நிறைந்திருந்தது.

"கனலு.... எனக்குன்னு யாரும் இல்லை.... உனக்கு தெரியும்ல", பேச்சை ஆரம்பித்தான்.

தெரியும் என அவள் தலையசைத்தபின் , "எனக்கு எல்லாமா இனிமேட்டு நீ இருப்பியா ? ", என தன் எண்ணத்தைத் சிதறு தேங்காய் போல உடைத்தான்.

அவன் கேள்வியின் அர்த்தம் புரியாமல் சில நொடிகள் முழித்தவள், புரிந்ததும் அதிர்ந்து இரண்டடி பின்னே நகர்ந்து நின்றாள்.

"ஐயா.... என்னைய மன்னிச்சிருங்க. உங்க ஒசரம் வேற.... நான் மண்ணுக்குள்ள இருக்கறவ. சரிவராது.... நீங்க படியளக்கறவங்க, நான் கைகட்டி வேலைபாக்கறவ... இத்தோட இந்த நினைப்ப விட்டுருங்க...", எனக் கூறிவிட்டு நில்லாமல் அங்கிருந்து ஓட்டம் எடுத்தவள், வீட்டில் வந்து ஒரு சொம்பு தண்ணீரைக் குடித்தபின் தான் முழுதாக மூச்சை விட்டாள்.

அதற்குப்பின் செழியன் அவளை தொந்தரவுச் செய்யவில்லை. பின் ஒரு வாரமும் வேலை சம்பந்தமாக மட்டுமே உரையாடல் நிகழ்ந்தது.

அடுத்து வந்த வார இறுதியில் வேண்டுமென்றே அவளை அதிக நேரம் மில்லில் காக்கவைத்து அவளை வீடுவரைப் பத்திரமாக விடுகிறேன் என உடன்வந்தான்.

தெருமுனையில் நின்று அவளின் சின்னம்மா அவளை வசைபாடும் சத்தம் காதில் விழுந்ததும் தன் வீட்டிற்குச் செல்வான்.

அதற்கடுத்த வாரம் வெள்ளிக்கிழமை தோப்பிற்கு அவளைக் கணக்கு நோட்டுடன் வரச்சொல்லிவிட்டு, இருட்டும் நேரம் அங்கு வந்துச் சேர்ந்தான்.

"இருட்டிரிச்சா.... சரி நீ வீட்ல வந்து கணக்கு சொல்லிட்டு போ", எனக் கூறி-விட்டு வீட்டிற்குச் சென்று விட்டான்.

நடேசனை துணைக்கு அழைத்துக்கொண்டு அவன் இல்லம் சென்றாள்.

"மொழி.... தம்பி அந்த ஓட்டு வீட்டுல தான் இருக்கு... அங்க போ", எனக் கூறியபடி வண்டியை நிறுத்திவிட்டு வந்தார்.

"ஏண்ணே இவ்ளோ பெரிய வீடு இருக்கறப்ப அந்த சின்ன வீட்டுல இருக்காங்க ஐயா?", தன் மனதில் உதித்தச் சந்தேகத்தைக் கேட்டாள்.

"அவருக்குன்னு தான் யாரும் இல்லையே மொழி. ஒத்த ஆளுக்கு எதுக்கு அந்த வீடுன்னுட்டு தம்பி சின்ன வயசுல இருந்தே இந்த வீட்டுல தான் இருக்காங்க.... ஆள் வச்சி வீட்ட தினம் சுத்தமா வச்சிட்டு இருக்கோம். பெரியய்யா பெரியம்மா இருந்திருந்தா இந்நேரம் அவருக்கு கல்யாணம் செஞ்சி அழகு பார்த்திருப்பாங்க.... இப்ப யாரு இருக்கா ? உண்மையான சொந்தம்னு யாரும் இல்லாம ஒத்தையா நிக்கறாரே.... நாங்க எவ்வளவோ சொல்லி பாத்துட்டோம்.... இவரு கண்டுக்காம இருக்காரு. இவருக்கு நம்ம ஐய்யனார் தான் வழி காட்டணும்", என தன் மனதில் உள்ள
வருத்தங்களைக் கூறியபடி அவளுடன் நடந்தார்.

நடேசனின் வார்த்தைகள் அவன் தன்னிடம் விருப்பத்தைக் கூறிய வார்த்தைகளை நினைவுப்படுத்தியது.

"எனக்கு எல்லாமா இனிமேட்டு நீ இருப்பியா கனலு?", என்ற வார்த்தைகள்

அவளை விடாமல் துறத்தியது.

அந்த வார்த்தையில் காதல், உரிமை, சொந்தம், ஏக்கம் என அனைத்தும் கூட்டி அல்லவா கேட்டான் அவன்.

ஆனால் அவன் உயரம், வசதி , ராக்கெட் வைத்தாலும் தனக்கு எட்டாது.

அவன் வார்த்தைகளின் வலியும், வலிமையும் உணர்ந்தபின்னே அவளுக்குள்ளே சிறு தடுமாற்றம் பிறந்தது.

அவன் குளித்து முடித்து லகுவான உடைக்கு மாறியபின், கணக்குகளை ஆராய்ந்-தபடி விவரங்களைக் கேட்டுக்கொண்டிருந்தான்.

சிறிது நேரத்தில் நடேசனின் மனைவியிடம் இருந்து அழைப்பு வர, அவர் கனலி-டம் கணக்குகளை விளக்கக் கூறி விரைந்துச் சென்றார்.

அதுநேரம் வரையில் நடேசனின் பின்னால் நின்று அவனை பார்த்திருந்தவள், சட்டென திரை விலகி எதிரில் இருப்பவர் அருகிலிருப்பதைப் போன்ற பிரம்மை ஏற்பட்டு தடுமாறி பின்னே விழப்போனாள்.

அவளின் கைப்பிடித்து அவளை நேராக நிறுத்தியவன் அவளை அமரச்சொல்லி விட்டு உள்ளே சென்றுப் பழச்சாறுடன் வந்தான்.

"இந்தா குடி…. மதியம் சாப்டாம எங்க போன?", என நோட்டை ஆராய்ந்தபடி கேட்டான்.

"கொஞ்சம் வேலை இருந்தது….", சத்தம் வெளியே வராமல் பதிலளித்தாள்.

"எல்லாரும் சம்பாதிக்கறதே நல்லா சாப்பிடத்தான். நீ என்னத்த மிச்சம் பண்ணி யாருக்கு கோட்டை கட்டப்போற? ", அதிகாரம் கலந்த அன்புடன் ஒலித்தது அவன் குரல்.

பதிலின்றி அமைதியாக தலைக்குனிந்து நிற்பவளைப் பார்த்தவன் நோட்டை மூடி-விட்டு அவளை ஆராய்ந்தான்.

"தலைய குனியாம நில்லு... உனக்கு யாரு கனல்மொழின்னு பேரு வச்சா? பேருக்கும் ஆளுக்கும் சம்பந்தமே இல்லாம.... பொம்பள புள்ளைங்க எப்பவும் தலை நிமுந்து நிக்கணும்", என அதட்டிக் கூறினான்.

அவன் வார்த்தைகள் அவளுள் தந்தையை நினைவுபடுத்தவும் கண்கள் சட்டென கலங்கியது. அழுத்தமான உதட்டை அழுந்தக்கடித்து கண்கள் கட்டிய குளத்தை வேகமாக உள்ளிழுத்துக்கொண்டாள்.

"நீ கிளம்பு... நாளைக்கு மிச்சம் பாத்துக்கலாம்", என நேரம் ஆவதை உணர்ந்து அவளைக் கிளப்பினான்.

அவள் நகராமல் அப்படியே நிற்கவும் அவளை என்னவென புருவம் உயர்த்திக் கேட்டான்.

"நீங்க ஏன் தனியா இருக்கீங்கய்யா? கல்யாணம் பண்ணிக்கோங்க"

"நான் உனக்கு படி அளக்கறவன். எனக்கே புத்தி சொல்ற அளவுக்கு வந்துட்டியா நீ?"

"நல்லது யாரு சொன்னாலும் கேட்டுக்கலாம்ங்கய்யா.... ஏன் தனியா கஷ்டப்பட-ணும்?"

"உரிமை உள்ளவங்க சொன்னா யோசிக்கலாம். நீ யாரு இத சொல்ல?", அவன் சட்டென கேட்க அவள் பட்டென உள்ளுக்குள்ளே உடைந்துப் போனாள்.

"உங்க சாப்பாட்ட சாப்பிடற விஸ்வாசம் ஐயா. நீங்க நல்லா இருந்தா இன்னும் பல குடும்பம் நல்லா இருக்கும். நான் கிளம்பறேனுங்கய்யா", எனக் கூறி திரும்பி-யவளை கைப்பிடித்து நிறுத்தினான்.

"இத்தனை பேசறவ என்னை கட்டிக்கிட்டு எல்லாமா இருக்க மட்டும் ஏன் ஒத்துக்க மாட்டேங்கற கனலு?", என அவன் குரலில் இருக்கும் வலி அவன் மறைக்க முயன்றும் வெளியே தெரிந்தது.

"அது ஒத்துவராதுங்க.... உங்களுக்கு ஏத்த மாதிரி பெரிய இடத்துல பொண்-ணெடுத்து கட்டுங்கய்யா....", தலை நிமிராமலே பதிலளித்தாள், அவன் தன்னைப்

பிடித்திருந்த கைகளைப் பார்த்தபடி.

"என் மனசுல ஒசரமா நிக்கறது நீ தான் கனலு. உங்கப்பன் செத்தப்பறம் இந்த பத்து வருஷமா நீ உன் குடும்பத்த காப்பாத்தவும், மேடு ஏத்தவும் படரபாட்ட நான் பாத்துட்டு தான் இருக்கேன். சத்தியமா உன்மேல இரக்கப்படல. உன் நெஞ்சுரத்த பார்த்து நான் ஆச்சரியம் தான் படறேன். உன் குணம் பிடிச்சி தான் உன்னை கட்டிக்க ஆசைபட்டு கேட்டேன்... உன் சின்னம்மாவ கேட்டிருந்தா இந்நேரம் நீ எனக்கு பொண்டாட்டியா பக்கத்துல இருந்திருப்ப. எனக்கு உன் சம்மதம் தான் முக்கியம். உன் மனசு கோணாம விருப்பப்பட்டு நீ என்னை ஏத்துக்கணும் அதான் உன்கிட்ட நேரடியா கேட்டேன்", தன் மனதில் உள்ளதை மறைக்காமல் கூறி அவள் கையை விடுவித்தான்.

அவனின் ஒவ்வொரு சொல்லும், தன் விருப்பம் கேட்பதும், தன் மனதிற்கு மரியா-தைச் செய்வதுமாக இருக்க அவளை மொத்தமாக அவனிடம் சரணடைய வைத்-தது.

அவள் அவனுக்கு பதிலேதும் சொல்லாமல் கையை இழுத்துக்கொண்டுச் சென்று-விட்டாள்.

செல்லும் அவளையே நெடுஞ்செழியன் தாயைப் பிரியும் பாலகனைப் போல ஏக்-கமாகப் பார்த்தான்.

அதன்பின் நெடுஞ்செழியனுள் பல மாற்றங்கள் நிகழ்ந்து இறுகத் தொடங்கினான்.

சில நாட்கள் கழித்து நடேசனே நெடுஞ்செழியனின் நிலைக்கண்டு வருத்தம் கொண்டு அவளிடம் பேசினார்.

"ஏன் மொழி ஐயாவ கட்டிக்க ஒத்துக்க மாட்டேங்கற?", மகேஷ்வரியுடன் அவள் உணவுண்ணும் போது நடேசன் கேட்டார்.

மகேஷ்வரி ஆச்சரியமும் அதிர்ச்சியும் கொண்டு கனல்மொழியைப் பார்க்க, கனலோ தலைக்குனிந்தபடி, "அண்ணே.... அவங்க ஐயான்னு நீங்களே சொல்-லிட்டீங்க.... படியளக்கற சாமிய நமக்குன்னு சொந்தமாக்கிக்க நினைக்கிறது தப்பு.... அவருக்கு நல்ல பொண்ணா பாத்து நீங்க எல்லாம் கட்டி வைங்க"

"அவர் எனக்கும் படியளக்கறவர் தான் மொழி.... ஆனா ஒரு அண்ணனா தான் நடத்தறாரு. மனசுலையும் அப்படிதான் நினைக்கிறாரு. பொண்ணே பாக்க வேணாம்னு சொல்லிட்டாரு. உன்ன மட்டுமே தன் மொத்த சொந்தமா நினைக்கிறாரு.... உனக்கு அது தெரியுமா? ", நடேசன் சற்று இடைவெளி விட்டு அவளைப் பார்த்தார்.

அவள் தான் தலைக் குனிந்தபடி தன் மனதோடு தன் உணர்ச்சிகளையும் மறைத்துக்கொண்டாளே....

"வேணாம் ணே.... அது சரிபட்டு வராது.... அவருக்கு நான் தகுதியானவ இல்ல....", தன் முடிவு இது தான் என குரலில் உறுதிக்கொண்டு கூறியவளை நடேசன் வியப்பாகவும், வருத்தமாகவும் பார்த்துவிட்டுச் சென்றார்.

"ஏன் புள்ள வேண்டாம்கிற.... ஒரு விடிவு காலம் உன்னைய வா வான்னு கூப்பிடுது நீ மரமண்ட கணக்கா வேணாம் போங்கற....", மகேஷ்வரி அவளைத் திட்டினாள்.

"நம்ம தகுதி நமக்கு தெரியும் புள்ள.... இது சரிவராது.... பேசாம சாப்பிட்டு வேலைய பாரு", என பாதி சாப்பாட்டில் எழுந்தவளை, "நான் பேசலத்தா.... நீ முழுசா சாப்பிடு", என அவளை சாப்பிட வைத்த பிறகே விட்டாள் மகேஷ்வரி.

இதே போல இரண்டு மாதங்கள் கடந்தது. அவள் தம்பி வேணு தன்னுடன் படிக்கும் பணக்கார பெண்ணை காதலித்து திருமணம் செய்து விட வேண்டும் என்ற எண்ணத்தில் ஊரில் இருக்கும் பணக்காரப் பெண்களைக் கணக்கெடுத்தான்.

தவறான சினிமா பார்த்து வழி தவறி செல்லும் பல்லாயிரத்தில் இவனும் ஒருவனே.....

தாயும் பணக்கார பெண்ணாக இருக்க வேண்டும் தங்கள் கஷ்டமெல்லாம் தீர்ந்துவிடும் என்று குறுக்கு வழிகளையும், வேண்டாத போதனைகளுமே ஊட்டி ஊட்டி பதினெட்டு வயதில் அவனுக்கு கல்யாண ஆசையை வளர்த்தார்.

அவனை அழகு படுத்துவதும், அவன் உடலை மெருகேற்றுவதும் தான் கமலத்தின் ஒரே வேலை இப்பொழுது.

அவனுக்கு விதவிதமான துணிகள், அலங்கார பொருட்கள், வாரத்தில் ஏழு நாட்-
களும் கறி, மீன் என வாங்கி செய்து கொடுப்பது, உடலை ஏற்றி வலுமிக்கதாகவும்,
கவர்ச்சியாகவும் மாற்ற அத்தனையும் செய்தனர் இருவரும்.

பதினெட்டு வயதில் இருபத்தைந்து வயது இளைஞனைப் போல தோற்றத்தைக்
கொண்டு இருந்தான் அவளின் தம்பி வேணு.

அவனும் படிப்பில் கெட்டி தான், ஆனால் கூடா சகவாசமும், தாயின் துர்போ-
தனையும் அவனை இந்த பருவ வயதில் வேறு ஒருவனாகவே மாற்றி இருந்தது.
படிப்பை மூன்றாம் பட்சமாகவே வைத்துவிட்டான்.

அவ்வப்பொழுது அன்பைக் காட்டிக்கொண்டிருந்த தம்பியும் அவளுக்கு வெறுப்-
பையும், அவமானத்தையுமே கொடுக்க ஆரம்பித்தான்.

வேணு ஒரு முறை நெடுஞ்செழியனின் தோப்பில் திருட்டுத்தனமாக 'கள்' இறக்கி
குடித்தபோது காவல்காரர்களிடம் வசமாக மாட்டிக்கொண்டான்.

நெடுஞ்செழியனும் அவனை ஒன்றிரண்டு அடியும், அதட்டலோடு விட்டுவிட்டான்
தான்.

ஆனால் தன் மேல் கைவைத்த நெடுஞ்செழியன் மேல் வேணுவிற்கு வன்மம் வேர்
விட்டது.

எப்படியாவது நெடுஞ்செழியனை அசிங்கப்படுத்தி நிற்க வைக்க வேண்டும் என்று
மனதில் வைத்து அதற்கான சமயத்தை எதிர்பார்த்துக் காத்திருந்தான்.

எப்போதும் போல கனல் கணக்குச் சொல்ல நெடுஞ்செழியனின் வீட்டிற்குச் சென்-
றிருந்தாள்.

அப்போதே மணி ஆறரைக்கு மேல் ஆகியிருந்தது. ஆனாலும் முக்கியமான
வேலை முடிக்கப்படவேண்டி இருந்தது.

நடேசன் அன்று போலவே சிறிது நேரத்தில் தவிர்க்க முடியாத மனைவியின்
உடல்நிலைச் சார்ந்த அழைப்பு வந்ததும் சென்றுவிட்டார்.

நெடுஞ்செழியனுடன் அவள் மட்டுமே இருந்து அவன் கேட்ட விளக்கங்களைக் கூறியும், அவன் கேட்கும் அனைத்தையும் எடுத்துக் கொடுத்தபடி இருந்தாள்.

மணி ஒன்பதை நெருங்கிய சமயம் தான் நெடுஞ்செழியன் நேரத்தைக் கவனித்தான்.

"கனலு.... ரொம்ப நேரமாச்சி நீ கிளம்பு... நான் மத்தத பாத்துக்கறேன்", என அவளைக் கிளப்பினான்.

"இல்லைங்கய்யா.... இந்த ஒரு கணக்கு மட்டும் எடுத்து குடுத்துட்டு போறேன்", என தன் வேலையில் கவனமாக எடுத்து எழுதிக் கொண்டிருந்தாள்.

"போதும் ... ரொம்ப நேரமாச்சி... நீ கிளம்பு... உன் வீட்ல தேடுவாங்க".

"இல்லைங்கய்யா....".

"சொன்னா புரியாது உனக்கு.... கிளம்பு போ", என அவன் சற்று சத்தமாக அதட்டவும் அவள் அதிர்ந்து எழுந்தாள்.

சட்டென மின்சாரம் தடைபட இருட்டில் கண் தெரியாமல் அனைத்தையும் உருட்டினாள்.

"கனலு.... அப்படியே உக்காரு... நான் மெழுகுவர்த்தி கொண்டு வரேன்", எனக் கூறி பக்கவாட்டில் இருக்கும் அறைக்குள் நுழைந்து நெருப்பு பற்ற வைத்து எடுத்து வந்தான்.

அடடா.... எத்தனை தான் மின்சாரம் வெளிச்சம் கொடுத்தாலும் நெருப்பெனும் ஜோதி அளவிற்கு அழகாய் எதையும் காட்டத் தெரிவதில்லை....

அந்த மெழுகுவர்த்தி வெளிச்சத்தில் கனல்மொழி அவனுக்கு அத்தனை அழகாய் காட்சியளித்தாள்.

அந்த இருட்டும், சிறு வெளிச்சமும், அதில் கண்ட கனலின் முகமும், நிசப்தமும் அவனைச் சற்றே தேடுமாறத்தான் செய்தது.

வெளிச்சம் வெளியே தெரிந்ததும் கீழே கிடந்தவைகளை எல்லாம் அவள் எடுத்து மேலே அடுக்கியபடி, தலையில் அடித்து தன்னைத் தானே திட்டி உதட்டைச் சுழித்து.... சட்டென கன்னத்தில் விழுந்த கன்னக்குழியில்....

அச்சமயம் அவள் கன்னத்துக் குழியில் மட்டும் விழ வாய்ப்பு கிடைத்திருந்தால், அவளின் கன்னத்திலேயே புதைந்துப் போயிருப்பான் நெடுஞ்செழியன்.

அவளை நெருங்கி நிற்பதை அவனும் உணரவில்லை, அவளும் உணரவில்லை.

சட்டென அவன் அவள் முகத்தை ஏந்தவும் பதறிப் பின்னால் நகர்ந்து விழப்போனாள்.

இம்முறை அவள் கைப்பிடிக்காமல் இடைப்பிடித்து தன்மேல் சாய்த்து அவளை நிலைப்படுத்தினான்.

அவள் உடல் பயத்தில் உதறல் எடுக்கவும் அவன் சட்டையை இறுகப்பற்றிக்கொண்டு அவன் கண்களைப் பார்த்தபடி நின்றாள்.

இருவரின் கண்களும் ஒன்றோடு ஒன்று கலக்க இருவரும் தன்னிலை மறந்து அப்படியே நின்றனர்.

அவள் தன்னருகில் இருக்கும் தெம்போ, தன் மனதை அவளுக்கு சொல்லி விட்டதால் ஏற்பட்ட வம்போ, எதுவோ ஒன்று அவனை அவள் அழுத்தமான இதழில் இதழ் பதிக்க வைத்தது.

அவள் அவனைத் தள்ள முயற்சித்து தோற்றுப்போய் கண்களில் நீர் வழிய அவனுடன் நின்றிருந்தாள்.

சட்டென மின்சாரம் வரவும், அவளின் தம்பி வேணு உள்ளே வரவும் சரியாக இருந்தது.

சமயத்திற்காக காத்திருந்தவன் கண்களுக்கு பொக்கிஷமே கிடைத்ததாக எண்ணி ஊரைக் கூட்டினான் கத்திக் கூப்பாடு போட்டு....

கனல்மொழி எத்தனை முயன்றும் வேணுவை அடக்க முடியவில்லை.

நெடுஞ்செழியன் வேணு நடத்தும் நாடகத்தைப் பார்த்தபடி எதுவும் செய்யாமல் அமைதியாகவே நின்றான்.

"பாத்தீங்களாய்யா…. வேலை பாக்கற பொண்ணுகிட்ட தப்பா நடக்க பாக்க-றான்….இவனெல்லாம் ஒரு பெரிய மனுசனா…. என் அக்காகிட்ட அப்படி நடந்-துகிட்டதுக்கு அவன் மன்னிப்பு கேட்டே ஆகணும்", என குதிக்க ஆரம்பித்தான்.

"தம்பி யார என்ன சொல்ற…. நீங்க யாரும் ஊர்ல இருக்க முடியாது தெரிஞ்-சிக்க….. ", கூட்டத்தில் ஒருவர் மிரட்டினார்.

"என்னய்யா நியாயம்….. பாதிக்கப்பட்டது என் அக்கா…. அதுக்காக நான் தான் பேசுவேன்…..", மிகவும் நியாயவாதியாக அக்காவிற்கு வக்காளத்து வாங்கினான் வேணு.

"எலேய்…. உன் அக்கா வாய தொறந்து நீ சொல்றத உண்மைன்னு சொல்லட்-டும்", நெடுஞ்செழியன் அதட்டலாகக் கூறினான்.

"ஏய் ஈத்தர…. சே…. அக்கா…. சொல்லுக்கா…. அந்த ஆளு உன்கிட்ட தப்பா நடந்துகிட்டான்னு சொல்லுக்கா…..", என மறந்து போன அக்காவெனும் அழைப்பை இழுத்து வைத்துக் கூறினான்.

அவள் நெடுஞ்செழியனையும் வேணுவையும் பார்த்துவிட்டு, "நான் தடுமாறி கீழ விழப்போனேன் ஐயா விழாம காப்பாத்தினாரு…. அத தம்பி பாத்துட்டு இப்படி பண்ணிட்டான்.. எல்லாரும் என்னையும் என் தம்பியையும் மன்னிச்சிருங்க", என கையெடுத்துக் கும்பிட்டுக் கேட்டாள்.

"என்னடி இது….? நீயும் உந்தம்பியும் விளையாட இந்த சாம வேலை தான் கிடைச்சதா…..? ******** சிறுக்கி…. ", நெடுஞ்செழியனின் மாமன் மகன் ஒருவன் வரம்பில்லாமல் வார்த்தைகளை அவிழ்க்க நெடுஞ்செழியன் அவனை ஓங்கி ஒன்று விட்டான்.

"என்னடா வார்த்தை வரம்பில்லாம வருது…. நாக்க அறுத்துருவேன் பாத்-துக்க…. அவ்ளோ பெரிய ஆளா நீ? அடக்கி வாசி", நெடுஞ்செழியனும் கோபத்-தில் பேச ஆரம்பித்தான்.

"என்னடா அந்த பொட்ட கழுதைய சொன்னா உனக்கு பொத்துட்டு வருதா? இவ்ளோ நேரம் வாய பொத்திட்டு இருந்துட்டு என்னைய அடக்கற…. அந்த ஈத்தர நாய்ங்கள அடக்க துப்பில்ல உனக்கு என்னடா கோவம் வருது", என மாமன் மகன் எகிற, எதற்கோ கூட்டிய பஞ்சாய்த்து எங்கோ சென்றுக் கொண்டி- ருந்தது.

கனல்மொழி வேணுவை முறைத்துவிட்டு சண்டையைத் தடுக்க முனைந்தாள்.

"ஐயா…. ஐயா…. வேணாம்ங்கய்யா … ப்ளீஸ் ஐயா…", என நெடுஞ்செழி- யனின் நெஞ்சில் கைவைத்து பின்னே தள்ளினாள்.

"உன்ன தொட்டு பேசற அளவுக்கு அவளுக்கு உரிமை இருக்கோ…. பாருங்- கய்யா…. பெரிய மனுசங்களா.. ஒரு வேலைக்கார சிறுக்கி அவன் நெஞ்சுல கை வைக்கிறா", என மீண்டும் சண்டை மும்முரமானது.

"டேய்…. அவளுக்கு தான்டா எல்லா உரிமையும் இருக்கு…. ஏன்னா அவ தான் நான் கட்டிக்க போற பொண்ணு…. பந்தகால் போட்டு பத்திரிகை வைக்கிறேன் வந்து திண்ணுட்டு போடா ", என நெடுஞ்செழியன் வாய் விட அத்தனை பேரும் அவனை வாய் பிளந்துப் பார்த்தனர்.

இதில் முதலில் அதிர்ச்சி அடைந்தது வேணு தான். ஊர்க்காரர்கள் நெடுஞ்செழி- யனிடம் இதைப்பற்றி வினவ, "நான் அந்த புள்ளைய கட்டிக்க விருப்ப படறேன். இப்ப அந்த புள்ள கிட்டையும் உங்கள சாட்சியா வச்சி சொல்லிட்டேன். இனி அந்த புள்ள தான் முடிவு சொல்லணும்", எனப் பிரச்சினையைத் தனக்கு சாதக- மாகத் திருப்பிக்கொண்டான்.

"அதுல்லாம் முடியாது…. இவனமாதிரி ஆளுக்கு என் அக்காவ நம்பி கட்டி வைக்க முடியாது….", என அவன் சொல்லி முடிக்கும் முன் கனல்மொழி வேணு- வின் கன்னத்தில் அறைந்திருந்தாள்.

"அவரு நமக்கு சோறு போடற சாமி…. வாய பொத்திட்டு கிளம்பு", என அவனைத் துரத்திவிட்டு, "ஐயா…. எல்லாரும் என்னை மன்னிச்சிருங்க…. அவன் சின்னப்பையன் தெரியாம பேசிட்டான் அவனையும் மன்னிச்சிடுங்க", என மொத்தமாக அனைவரையும் கைகூப்பி வணங்கி விட்டுத் திரும்பினாள்.

"ஏய் புள்ள நில்லு…. ஐயா கேக்கறாங்கள்ள அதுக்கு என்ன பதில் சொல்ற?", என ஊர் பெரியவர் ஒருவர் கேட்டார்.

"சாமி ஊர்வலம் வர்றப்ப கும்பிட்டுக்கலாம், சாமிய தூக்கிட்டு போய் வச்சிக்க நான் ஆசைபடலைங்க….", எனக் கூறிவிட்டு அங்கிருந்து நகர்ந்தாள்.

அன்றிரவு வேணுவை அடித்ததற்காகவும், நெடுஞ்செழியனை மறுத்ததற்காகவும் அவளுக்கு பலமான பூஜை கமலத்திடம் கிடைத்தது.

கமலத்தின் துரத்தால் வேணுவும் நெடுஞ்செழியனின் மேல் இருக்கும் வன்மத்தை வெளிக்காட்டாது இருந்தான்.

தன் அக்காவை அவன் கட்டிக்கொண்டால் தங்களுக்கு வரும் சாதகபாதகங்களை அன்னையும், மகனும் அடிக்கடி கலந்துப் பேசிக்கொண்டு இருப்பதை அவ்வப்-பொழுது கனலும் கேட்டிருக்கிறாள்.

அவர்களின் துர்எண்ணத்தினாலேயே இன்னும் பத்தடி விலகி ஓடினாள் என்றும் கூறலாம்.

இப்படியாகவே ஒரு மாதமாக கனல் நெடுஞ்செழியனைக் கண்டாலே ஓடிக்கொண்-டிருந்தாள்.

நாட்கள் அதன் போக்கில் நகர சில நல்லுள்ளங்களின் ஆசியோ, தெய்வத்தின் சூழ்ச்சியோ கனலும் நெடுஞ்செழியனும் ஒன்றிணையும் காலம் நெருங்கி வந்தது.

வேணு பனிரெண்டாம் வகுப்பில் கஷ்டப்பட்டு தேர்ச்சிப் பெற்றிருந்தான்.

காலேஜ் செல்ல பணம் வேணடும் என எங்கெங்கோ அழைந்தும், அவனையும் அவன் தாயையும் நம்பி யாரும் பணம் கொடுக்க முன்வரவில்லை.

நெடுஞ்செழியனிடம் கேட்க வேணு விருப்பபடவில்லை.

"வேணு….. கம்முனு ஒரு பணக்கார பொண்ணா பாத்து கட்டிக்க…. அந்த பணத்த வச்சி வெளியூர்ல போய் படி… ", என வழக்கமான தூபம் போட ஆரம்-

பித்தாள் கமலம்.

"ம்மா…. இன்னும் நாலு மாசத்துல காலேஜ்ல சேரணும். எந்த பொண்ணு என்னை வேணும்னு சொல்லிச்சி? அந்த மில்லுக்காரனால வலையக்கார தெரு பிரச்சினையால ஒரு பொண்ணும் என்னை திரும்பிக்கூட பாக்கமாட்டேங்குது…. இதுல எங்கிருந்து பொண்ண கட்டி நான் காலேஜ் போறது….", கடுப்புடன் பதி-லளித்தான்.

"இந்த ஊருல இல்லைன்னா என்னடா…. பக்கத்து ஊருல பாரு…. ஊருல பொண்ணுங்களுக்கா பஞ்சம்", என உசுப்பேற்றினாள்.

"பக்கத்து ஊர்லயா …… உனக்கு அங்க யாரையாவது தெரியுமா?", வேணு சந்-தேகத்துடன் கேட்டான்.

"உங்க அப்பன் வகை சொந்தம் அந்த ஊருல இருக்கு தம்பி. மாமன் மக்க, அத்தை மக்கன்னு ஏழெட்டு குடும்பம் இருக்கு…. அது எல்லாமே ஓரளவு வசதி-யான குடும்பம் தான்".

"அதுல எனக்கு ஏத்த மாதிரி பொண்ணு இருக்கா?".

"இருக்கு டா தம்பி. போனவாரம் சந்தைல இரண்டு குடும்பத்த பாத்தேன். அந்த ஏழெட்டு குடும்பத்துல எல்லாமே ஒரு பொண்ணு இருக்காம்டா…. இரண்டு குடும்பத்துல பொண்ணு மட்டும் தானாம். வாரிசு இல்லையாம்",சிரித்தபடி விவரங்-களை கூறினாள்.

"முதல்ல பொண்ணுங்கள நான் பாக்கறேன். எனக்கு பிடிச்சா தான் மத்ததது எல்-லாம்…… அந்த ஈத்தரகிட்ட பணம் இருந்தா வாங்கு. புதுத்துணி எடுக்கணும். ஜோரா தயாராகணும்", என தாயை விரட்டிவிட்டு கண்ணாடி முன் நின்று தன்னை அழகுப் பார்த்துக்கொண்டான்.

"அடியே எழவெடுத்தவளே……..", கமலம்.

"என்ன சின்னம்மா?", கனல்.

"பணம் வச்சிருக்கியா?".

"இல்ல சின்னம்மா".

"மில்லுல பாக்கி வாங்கிட்டு வா…. தம்பிக்கு புதுத்துணி எடுக்கணும். காலேஜ்ல சேரணும்"

"தம்பி பாஸ் பண்ணிரிச்சா சின்னம்மா? எத்தன மார்க்?", ஆவலாகக் கேட்டாள்.

"அந்த விவரமெல்லாம் உனக்கெதுக்கு? போய் பணத்த வாங்கியாடி…. உன்ன விட என் மகன் அதிகமாத்தான் எடுத்திருக்கான்…", என கொனட்டிவிட்டு சென்-றாள் கமலம்.

மகேஷ்வரியிடம் தன் தம்பியின் மதிப்பெண் தெரிந்து கூறும்படி கூறிவிட்டு மில்-லுக்குச் சென்றாள்.

"அண்ணே…. அண்ணே…...", நடேசனை அழைத்தாள்.

"என்னம்மா இப்படி ஓடி வர்ற…. ", நடேசன்.

"கொஞ்சம் பணம் வேணும்னே", கனல்மொழி.

"எவ்வளவு?", நடேசன்.

"ஒரு லட்சம் வேணும்னே…. இப்ப ஐஞ்சாயிரம் குடுங்க ", கனல்மொழி.

"உனக்கு எதுக்கு இவ்வளவு பணம்?", நடேசன் சந்தேகமாகக் கேட்டார்.

"தம்பிய காலேஜ்ல சேத்தணும்னே… ".

"உந்தம்பி எவ்ளோ மார்க்?", எனக் கேட்டபடி நெடுஞ்செழியன் அங்கே வந்தான்.

"தெரியலங்கய்யா… ஆனா நிறைய எடுத்திருப்பான். நல்லா படிக்கற பையன்", கைக்கட்டி பதில் கூறினாள்.

மகேஷ்வரி அதற்குள் அங்கே வந்திருந்தாள். நெடுஞ்செழியன் அவளை அமைதி-

யாக இருக்கும்படி செய்கை காட்டிவிட்டு அவளிடம், "உந்தம்பியோட மார்க் ஷீட் எடுத்துட்டு அவனையும் உன் சின்னம்மாவையும் கூட்டிட்டு வா", எனக் கூறிவிட்டு உள்ளே சென்று விட்டான்.

"ஏன்னே.... என்மேல நம்பிக்கை இல்லையா?", கனல் பரிதவிப்புடன் கேட்டாள்.

"அப்படி இல்லம்மா.... தொகை பெருசு.... வாங்கறவங்க இங்க வந்து ஐயாகிட்ட பேசி வாங்கிக்கட்டும்... நீ போய் நாளைக்கு கூட்டிட்டு வா.... இந்தா இப்ப நீ கேட்ட ஐஞ்சாயிரம் தரேன்", என அவளிடம் பணம் கொடுத்து அனுப்பிவிட்டு உள்ளே சென்றுவிட்டார்.

மகேஷ்வரி கனலின் கண்களில் படாமல் நின்றுக்கொண்டு அவள் சென்றதும் நெடுஞ்செழியனைக் காணச் சென்றாள்.

"ஐயா.... வேணு....", மகேஷ்வரி.

"தெரியும் மகேஷ.... காரணமாத்தான் அவங்களை கூட்டிடு வரச்சொல்லி அனுப்பினேன். நீ நாளைக்கு வரை அவ கண்ணுல படாத.... ", நெடுஞ்செழியன் யோசனையில் இருந்தபடிக் கூறினான்.

"சரிங்கய்யா.... ", எனக் கூறி மகேஷ்வரி வேலைப் பார்க்கும் இடத்திற்குச் சென்-றாள்.

கனல்மொழி தன் தம்பியிடம் சென்று, "தம்பி.... இந்தா பணம். நல்ல துணியா பாத்து எடுத்துக்க.... நாளைக்கு ஐயா உன் மார்க் ஷீட்டோட உன்னையும் சின்-னம்மாவையும் கூட்டிட்டு வரச்சொன்னாங்க.... உங்கள பாத்து பேசிட்டு பணம் தராங்களாம்", என சந்தோஷமாகக் கூறினாள்.

"என்ன நான் வந்து அந்த ஆள பாக்கணுமா? ம்மா.... என்ன இது?", வேணு தாயை அழைத்தான்.

"இந்தாடி எம்புள்ள எதுக்குடி அங்க வரணும். பணத்த கேட்டா குடுத்துட்டு சம்-பளத்துல பிடிச்சிக்க வேண்டியது தானே.... நாங்க எதுக்கு வரணும்?", அவளை கன்னத்தில் அறைந்துவிட்டு கமலம் ஆங்காரமாகக் கத்தினாள்.

"இல்ல சின்னம்மா.... தொகை பெருசு.... அதுக்கு வரச்சொல்லி பேசிட்டு தான் குடுப்பாங்க.... நம்ம கருப்பையாண்ணே பையனுக்கும் இப்படிதான் வரச்சொல்லி பேசிட்டு பணம் குடுத்தாங்க", என கன்னத்தில் கைவைத்தபடிக் கூறினாள்.

"ம்மா.... இதுல்லாம் வேலைக்கு ஆகாது....... இவள வித்துட்டு தான் நான் படிக்கணும் போல... நான் அந்த ஆள பாக்க வரமாட்டேன்.... இவளையே வாங்கிட்டு வரச்சொல்லு.... இல்லையா அந்த ஆளுகிட்ட படுத்தாவது காச வாங்கிட்டு வரச்சொல்லு", வரைமுறை இல்லாமல் தம்பி உதிர்க்கும் சொற்களைக் கேட்டவள் காதைப் பொத்திக்கொண்டு பின்கட்டிற்கு ஓடினாள்.

"சே.... எந்தம்பியா இவன்? இப்படி பேசறானே.... இந்த வீட்ல எனக்கு என் மானத்த காப்பாத்திக்க கூட உரிமையில்லையா.... ?", என பலதும் நினைத்து, தந்தையின் நினைவில் அழுதுக் கரைந்து அங்கேயே படுத்திருந்தாள்.

அடுத்த நாள் நடேசன் தம்பியைப் பற்றிக் கேட்டதற்கு ஏதேதோ கூறிவிட்டு வேலையைக் கவனிக்கலானாள்.

மகேஷ்வரியிடம் பேசுவதற்கு கூட மறந்து தன்னிலையை எண்ணி வருந்தி வருந்தி இரண்டே நாட்களில் பித்துப்பிடித்தவள் போல இருந்தாள்.

நெடுஞ்செழியனும் அவளைக் கவனித்தபடி தான் இருந்தான். தன்னுடன் இருப்-பவர்களைக் காக்க நினைப்பது தவறல்ல, ஆனால் அதற்கு அவர்கள் தகுந்தவர்-களா என உணர்வது மிகவும் முக்கியம், என்பதை அவள் உணரும் சமயமாக இதை நினைத்துத் தள்ளி நின்றுக் கவனித்துக்கொண்டிருந்தான்.

இரண்டு வாரம் சென்றபின்னே கமலத்தின் துர்போதனையால் பக்கத்து ஊரில் இருக்கும் சொந்தக்காரப் பெண்களை பார்க்கச் சென்றான். இவனின் நோக்கம் புரிந்த ஒருவர் தன் சுயலாபத்திற்காக அவனை தன் இல்லம் அழைத்தார்.

"மாப்ள ... அடுத்து என்ன பண்ணப்போறீங்க?", மருது மாமா.

"காலேஜ்ல தான் மாமா சேரணும். பணத்துக்கு தான் என்ன பண்றதுன்னே புரியல", என இவனும் வலையை விரித்தான்.

"பணம் என்ன மாப்ள .... நீ நினைச்சா மத்தவங்களுக்கு தூக்கிக் குடுக்க-

லாம்….", மருது.

"வெளாடாதீங்க மாமா…. என்கிட்ட ஏது அவ்ளோ பணம்? அது இருந்தா நான் ஏன் இப்படி இருக்கேன்?"

"நான் ஒரு விஷயம் சொல்றேன்…. நீங்க அத செஞ்சா கட்டு கட்டா கேக்கறப்ப எல்லாம் பணம் வரும்", மருது.

"என்ன மாமா சொல்றீங்க? என்ன செய்யணும்?", வேணு கண்களை கூர்மையாக்-கிக் கேட்டான்.

"உனக்கு அக்கா ஒன்னு இருக்குல்ல….", மருது மெல்ல விஷயத்திற்கு வந்தார்.

"ஆமா…. எங்கப்பனோட மூத்த தாரத்துக்கு பொறந்தது", என வெறுப்பாகச் சொன்னான்.

"அந்த புள்ளைய நான் சொல்ற எடத்துல கழுத்த நீட்ட வச்சா போதும். கேக்கறப்ப எல்லாம் பணம் கட்டு கட்டா கிடைக்கும்", மருது ஆசை வார்த்தைகளைப் பேசி-னார்.

"அவளையா? ஏன் மாமா உங்க மகள குடுக்கலாமே?", கிடுக்கியாகக் கேட்டான்.

"எம்பொண்ணு ரொம்ப சின்னது மாப்ள. உங்கக்காக்கு இருபத்திரண்டு மேல ஆச்-சில்ல… அதுவும் இல்லாம கருப்பு…… இதுக்கு மேல அவள எவன் கட்டுவான்? அதான் சொல்றேன்", மருது மலுப்பலாகக் கூறினார்.

"ம்ம்…. யார் மாமா பையன்?"

"நம்ம பக்கத்து ஊரு பண்ணையாரூப்பா…. வயசு நாப்பத்தைஞ்சு….. ஏற்கனவே கல்யாணம் ஆகி சம்சாரம் தவறிடிச்சி", மருது.

"அந்த ஆளுக்கு ஏற்கனவே இரண்டு கல்யாணம் ஆனதா கேள்வி பட்டேனே", வேணு யோசனையாகக் கேட்டான்.

"நாலு கல்யாணம் ஆச்சி தம்பி. ஒன்னுக்கு கூட கொழந்த இல்ல…. நாலும்

சீக்கு வந்து செத்துபோச்சி. ஐஞ்சாவதா தான் இப்ப பண்ணப்போறாரு. பொண்ணு கிடைச்சா போதும். நமக்கு பணம் கேக்கறப்ப எல்லாம் வரும். என்ன சொல்ற?", மருது வஞ்சகப்பார்வையுடன் கேட்டார்.

"வீட்ல அம்மாகிட்ட பேசிட்டு சொல்றேன் மாமா ... நான் வரேன்", எனக் கூறி யோசனையுடன் கிளம்பினான்.

கமலத்திடம் அனைத்தும் கூறிவிட்டு யோசனை கேட்டான்.

"ஐஞ்சாவதா? பொசுக்குன்னு அந்த ஆளு போயிட்டா என்னடா பண்றது?", கமலம்.

"நாப்பத்தைஞ்சு தானே ஆகுது.... வந்த வரைக்கும் லாபம்னு முதல்லயே கறந்-துக்கணும்.... நீ சொன்ன ஒரு குடும்பம் கூட உருப்படி இல்ல.... எல்லாமே கஷ்-டத்துல தான் இருக்கு.. பொண்ணுங்களும் ரொம்ப சுமார் தான்.... பேசாம இவள அந்தாளுக்கு கட்டி வச்சிட்டு நாம பணத்த சேத்திக்கலாம். நானும் காலேஜ்ல சேர்ந்துடுவேன். டவுனுல பொண்ணுங்களும் லட்டு கணக்கா இருக்கும், சொத்தும் எக்கசெக்கமா இருக்கும்", என தன் எண்ணத்தை உரைத்தான்.

மகேஷ்வரியும், கனல்மொழியும் இவையனைத்தும் கேட்டுவிட்டு அங்கிருந்து சத்தம் எழுப்பாமல் நகர்ந்தனர்.

அடுத்த நாள் வேணு மருதுவை சந்தித்து சம்மதம் எனச் சொல்லிவிட்டு, அந்த பண்ணையாரை அவருடன் பார்க்கச் சென்றான்.

பண்ணையாரும் அவனுக்கு முன்பணமாக ஐந்து லட்சத்தை கொடுத்து அவளுக்கு சேலை நகை என எடுக்க கொடுத்தனுப்பினார்.

மருதுவிற்கும் தனியே பலமாக கவனித்தார்.

வேணு டவுனுக்குச் சென்று வேண்டிய பொருட்கள் எல்லாம் வாங்கிக்கொண்டு வீட்டிற்கு வந்தபோது கமலம் தலையில் கைவைத்து அமர்ந்திருந்தார்.

"ஏன்ம்மா.... இப்படி உக்காந்துட்டு இருக்க.... இங்க பாரு நாளைக்கு அந்த ஈத்தரைக்கு கல்யாணம். வேண்டியது எல்லாம் வாங்கிட்டேன். இனிமே நாம லட்-

சாதிபதிங்க…. அவள சீக்கிரமே வேலைய விட்டு வரச்சொல்லு…. சாயங்கா-
லமே கிளம்பணும்", என வரிசையாக பேசியபடி வாங்கி வந்தவைகளை வீட்டிற்-
குள் கொண்டு வைத்தான்.

கமலம் ஏதும் பேசாமல் இருக்கவும், "யம்மா…. உன்னத்தான்…. "

"அந்த சிறுக்கி நேத்து இருந்து வீட்டுக்கு வரலடா"

வேணு அதிர்ந்துப் பார்த்தான்.

"என்னம்மா சொல்ற? எங்க போனா அவ? அவள வச்சி தான் ஐஞ்சு லட்சம்
வாங்கிட்டு வந்திருக்கேன்", பதற்றமாகக் கூறினான்.

"எனக்கும் தெரியலடா…. மில்லு இன்னிக்கு லீவாம்…. அந்த மகேஸ்வரி-ல
இருந்து யாரும் கண்ணுல அகப்படலடா…. நீ அந்த நடேசன் வீடுவரைக்கும்
போயிட்டு வா", என கமலம் தான் அறிந்ததைக் கூறினாள்.

"என்னம்மா நீ? கொஞ்சமாது பொறுப்பிருக்கா உனக்கு… ஒரு பொட்டச்சி இராத்-
திரி வீட்டுக்கு வரலன்னா கூட கவனிக்கமாட்டியா? எங்க போய் தொலைஞ்-
சாளோ? அந்த பண்ணையாரோட ஆளுங்க கொஞ்ச நேரத்துல வந்துடுவானுங்-
கம்மா", என தாயை கத்திவிட்டு கனலைத் தேடிப் புறப்பட்டான்.

அவன் வெளியே வரவும் கனல்மொழி உள்ள வரவும் சரியாக இருந்தது.

"ஏய்…. எங்க போய் தொலைஞ்ச? பொட்டச்சிறுக்கி வீட்டுல ஒழுங்கா இருக்க
முடியாதா? இராவுல எல்லாம் எங்க மேஞ்சிட்டு வந்த?", என அவன் பேசி முடிக்-
கும் முன் அவன் கன்னத்தில் பலமான அறை விழுந்திருந்தது.

"ஏய்…. என்னடி….என்னைய கை ஓங்குற அளவுக்கு வந்துட்டியா?", என
வேணு கையோங்கி வந்தான்.

இம்முறை ஒரே எத்தில் நான்கடி தள்ளி விழுந்தான்.

அவளுக்குப் பின்னே நெடுஞ்செழியன் முறைத்தபடி நின்றிருந்தான்.

"டேய்...."

மீண்டும் ஒரு அறை அவன் கன்னத்தில் பதிந்தது. இம்முறை கனல்மொழி கொடுத்தாள்.

"அவரு எனக்கு புருஷனாக போறாரு.... மரியாதை.... ", குரல் கன்ரென ஒலித்தது.

"என்னடி நினைச்சிட்டிருக்க நீ? கண்டவனெல்லாம் புருஷனா? நீயெல்லாம் மான-முள்ள பொட்டச்சியா? வீட்டுக்கு தெரியாம கல்யாணம் பண்ணிக்க போற.... த்து", கமலத்தின் குரல் ஆங்காரத்துடன் ஒலித்தது.

"என் மானத்த காப்பாத்திக்க தான் இத்தனை காலம் இந்த வீட்ல நீங்க பண்ண அக்கரமத்துக்கு எல்லாம் பொறுத்துட்டு இருந்தேன். எப்ப நீங்க இரண்டு பேரும் என்னைய விக்க முடிவெடுத்தீங்களோ அப்பவே நானும் முடிவெடுத்துட்டேன்.... இவர் என்னை கட்டிக்க ஆசப்படறாரு... எனக்கும் என் மனசுக்கும் மரியாதை குடுக்கறாரு.... இவர தான் நான் கட்டிக்கப் போறேன்.... ", எனக் கூறி ஒரு நொடி தன்னை கட்டுப்படுத்தியவள்.

"இனிமே உங்களுக்கும் எனக்கு எந்த ஒட்டும் இல்ல உறவும் இல்ல... அத சொல்லிட்டு போகத்தான் வந்தேன். நாளன்னைக்கு எனக்கும் இவருக்கும் ஊர் பெரிய மனுசங்க முன்னிலைல கல்யாணம். எங்க அப்பா போட்டோவையும், என்-னோட பொருளெல்லாம் எடுக்கதான் வந்திருக்கேன்", எனக் கூறிவிட்டு உள்ளே சென்றுத் தனக்கு தேவையானதை எடுத்துக்கொண்டு வெளியே வந்தாள்.

கமலத்தைப் பார்த்து, "பணம் பணம்ன்னு அலையறல்ல.... நாளைக்கு உன்னைய விக்க கூட இவன் தயங்கமாட்டான். நீ வளத்த இலட்சனத்துக்குன்டான பலனை நீயே சீக்கிரம் அனுபவிப்ப.... "

கீழே விழுந்து கிடந்த வேணுவை அருவெறுப்புடன் ஒரு பார்வை பார்த்து விட்டு நெடுஞ்செழியன் அருகில் வந்து நின்றாள்.

"ஓய்.... திருந்தறதுக்கு வழிய பாரு... அந்த பண்ணையாருக்கு சேரவேண்டிய பணம் இதுல இருக்கு.... இவள இத்தனை நாள் இங்க தங்க வச்சிருந்ததுக்காக தேரேன்.... இனிமே எங்க கண்ணுல படக்கூடாது", என நெடுஞ்செழியன் நடே-

சனிடமிருந்த பணத்தை வாங்கி கமலத்தின் மடியில் போட்டுவிட்டு அங்கிருந்து சென்றனர்.

சுபயோகம் கூடிய சுபமுகூர்த்தத்தில் நெடுஞ்செழியனின் மொழியாக முழுதாகவும், மனதாரவும் மாறியிருந்தாள் அவனின் கனல்மொழி.

"ஐயா...... சாப்பிடவாங்க", கனல்.

"யார கூப்பிடற?", அதட்டலாகக் கேட்டான்.

"உங்களத்தாங்கய்யா", தலைக்குனிந்து பதிலளித்தாள்.

"நான் யாரு உனக்கு?", முறைத்தபடிக் கேட்டான்.

"ஐயா.... இல்லல்ல.... என் வீட்டுகாரர்", திக்தித் திணறிக் கூறினாள்.

"இங்க வா.... சீக்கிரம் வா", என அவன் அதட்டவும் பயத்தில் அருகில் வந்து நின்றாள்..

"என்னங்க வாங்க போங்கன்னு இனிமே கூப்பிட்டு பழகணும். இல்லை என்னை பேர் சொல்லி கூப்பிடச் சொல்லி உன்னை அடி வெழுப்பேன்", சிரிப்பை அடக்-கியபடிக் கூறினான்.

"சரிங்கய்யா", எனும் அவளின் பதிலில் கடுப்பாகி, அவளைத் தூக்கிக் கொண்டு உள்ளே சென்றுப் பாடமெடுக்க ஆரம்பித்தான்.

வேணு பண்ணையாரிடம் பணத்தை கொடுத்தபின்னும் பெண்கிடைக்காத காரணத்-தால், அவன் பண்ணையிலேயே அடிமையாக வேலைச் செய்ய வைக்கப்பட்டனர்.

கனல்மொழியும் நெடுஞ்செழியனும் ஓட்டு வீட்டில் இருந்து பரம்பரை வீட்டிற்கு குடியேற, நாள் குறித்து ஹோமம் நடத்தி முன்னோர் ஆசிப் பெற்று தங்கள் இல்-லத்தில் இன்ப வாழ்வைத் தொடங்கினர்.

நான்கு வருடங்கள் கழித்து.....

"கனலு…. ஹேய் கனலு…..", நெடுஞ்செழியன் அவளை அழைத்தபடியே வந்தான்.

"எதுக்கு இப்ப கத்தறீங்க… இப்பதான் புள்ளைய தூங்கவச்சிருக்கேன். நீங்க கத்துற கத்துல முழிச்சிக்குவான் போல…. ", கனல்மொழி கனவனை முறைத்தபடி வந்தாள்.

"தூங்கிட்டானா….. அப்ப நாம மொட்டை மாடிக்கு போலாமா கனலு", அவளை வாரி அணைத்தபடிக் கேட்டான்.

"ஒன்னும் வேணாம்…. நீங்க எதுக்கு கூப்பிட்டீங்க அத சொல்லுங்க…..", விஷயத்தை நினைவூட்டினாள்.

"நம்ம மகேஷ்வரிக்கு பொம்பளப் புள்ள பொறந்திருக்காம். நாளைக்கு போய் பாத்துட்டு வரலாம்"

"ரொம்ப சந்தோஷம்ங்க…. சரி காலைலயே போய் பாக்கலாம் "

"ஹ்ம்ம்….. ", சோகமாக பெருமூச்சு விட்டான்.

"எதுக்கு இந்த பெருமூச்சு?", இடுப்பில் கைவைத்து முறைத்தபடிக் கேட்டாள்.

"இல்ல…. நமக்கு எப்ப பொம்பள புள்ள பொறக்கும்? நாம வேணா அதுக்கு முயற்சி பண்ணலாமே நெடுமொழி", கொஞ்சலாகக் கேட்டான்.

"இருக்கற புள்ள போதும்….. போய் கைகால் அலம்பிட்டு வாங்க முதல்ல. சாப்பாடு எடுத்து வைக்கறேன்", சிடுசிடுத்தபடி அந்த பக்கம் திரும்பியவளை முந்தானை இழுத்து தன்பக்கம் திருப்பி இறுக்கி அணைத்துக்கொண்டான்.

"கனலு…… நான் ஒன்னு கேக்கட்டா?"

"ம்ம்…."

"எனக்கு உன்ன மாதிரி ஒரு பொம்பளப்புள்ளைய பெத்து குடுடி…."

"இதுக்கு தான் இத்தனை அலப்பறையா…. விடுங்க என்னை… விடுங்க", அவன் கைகளை வலுக்கட்டாயமாக பிரித்துவிட்டு உள்ளே சென்றாள்.

இவன் அந்த இடத்தில் அப்படியே நிற்கவும், "மசமசன்னு நிக்காம வந்து சாப்பி-டுங்க… எனக்கு வேற வேலை இருக்கு", என உள்ளிருந்து கத்தினாள்.

"ஐயா ஐயா-ன்னு என்னைப் பாத்தாலே தலைகுனிஞ்சு அப்படி மரியாதையா நிப்பா…. இப்ப என்னையே அதட்டுறா மெரட்டுறா…. அடுத்து அடிச்சிடுவா போலயே…. இவள இப்படி மாத்தினது தப்பா போச்சே", என தனக்குத்தானே பேசிக்கொண்டு சாப்பிட சென்றமர்ந்தான்.

நெடுஞ்செழியனின் குடும்பம் இப்பொழுது நிறைவாக இருந்தது. அவன் மனமும் நிறைந்திருந்தது. இந்த நான்காண்டு காலத்தில் கனல்மொழி தான் அவனின் அனைத்துமாக ஆகிவிட்டிருந்தாள்..

கனல்மொழி அவனுக்கு மட்டும், நெடுஞ்செழியனின் "நெடுமொழி"…..

சுபம்.

அன்புடன்,

ஆலோன் மகரி.